ÂF188917

Impressum
Verlag: BABADADA GmbH, Nedderfeld 112 , 22529 Hamburg
Geschäftsführer / Verlagsleitung: Harald Hof
Druck: Books on Demand GmbH, In de Tarpen 42, 22848 Norderstedt

Imprint
Publisher: BABADADA GmbH, Nedderfeld 112 , 22529 Hamburg, Germany
Managing Director / Publishing direction: Harald Hof
Print: Books on Demand GmbH, In de Tarpen 42, 22848 Norderstedt, Germany

trường học
sekolah

phòng học
ruang kelas

chia
membagi

186 / 2

bảng viết
papan

sân trường
halaman sekolah

giáo viên
guru

giấy
kertas

viết
menulis

cây bút
pena

bàn làm việc
meja kerja

cây thước
penggaris

sách
buku

học sinh
murit

cặp đeo vai học sinh
tas sekolah

hộp đựng bút
tempat pensil

bút chì
pensil

cái gọt bút chì
pengasah pensil

cục tẩy
penghapus

tập giấy vẽ
kertas gambar

bản vẽ

gambar

cọ vẽ

kuas

hộp mực vẽ

kotak cat

cây kéo

gunting

keo dán

lem

sách bài tập

buku latihan

bài tập ở nhà

pekerjaan rumah

12

số

angka

2+2

cộng

tambhakan

5-2

trừ

mengurangi

2✕2

nhân

mengalikan

tính toán

menghitung

A

chữ cái

huruf

**ABCDEFG
HIJKLMN
OPQRSTU
VWXYZ**

bảng chữ cái

alfabet

từ

kata

văn bản
·················
teks

đọc
·················
membaca

phấn viết
·················
kapur

bài học
·················
pelajaran

sổ lớp
·················
daftar

thi kiểm tra
·················
ujian

chứng chỉ
·················
sertifikat

đồng phục học sinh
·················
seragam sekolah

giáo dục
·················
pendidikan

từ điển bách khoa
·················
ensiklopedi

đại học
·················
universitas

kính hiển vi
·················
mikroskop

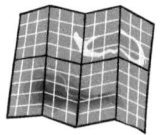

bản đồ
·················
peta

thùng rác giấy
·················
tempat sampah

du lịch
perjalanan

khách sạn
hotel
Grand
nhà trọ
hostel
ROOMS
quầy đổi tiền
kantor pertukaran mata uang
EXCHANGE
va li
koper
xe ô tô
mobil

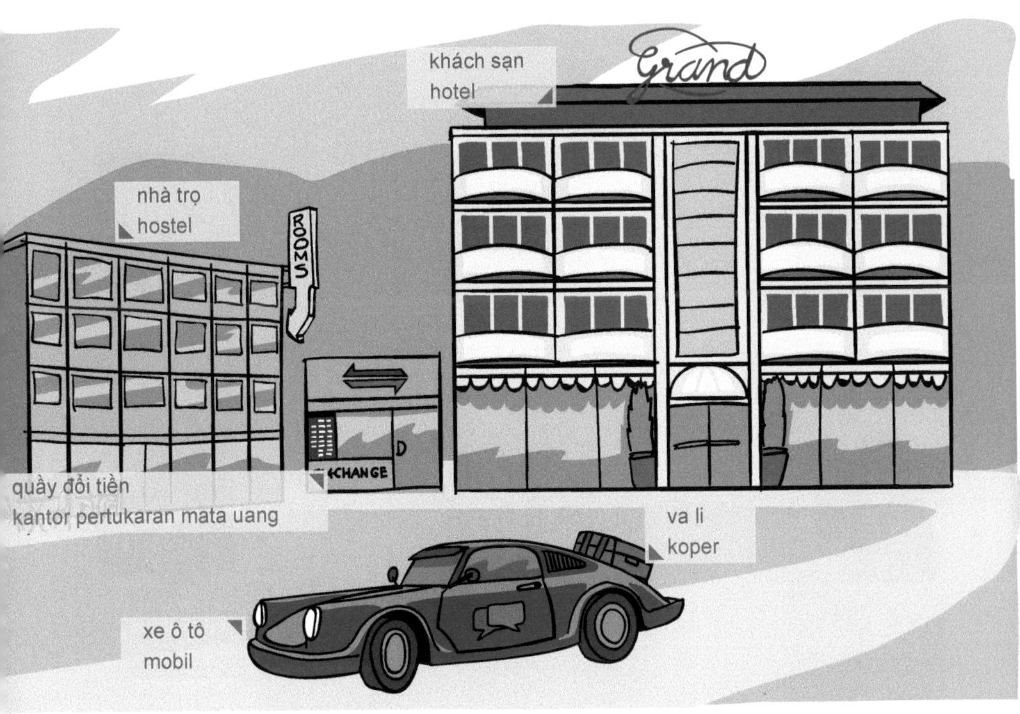

ngôn ngữ

bahasa

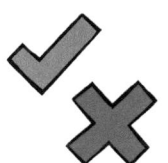

có / không

ya / tidak

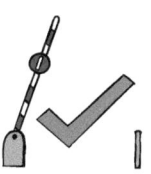

ô kê

okay

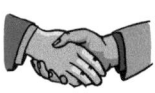

Xin chào

hallo

thông dịch viên

penerjemah

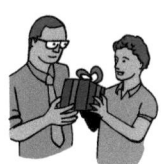

cám ơn

terima kasih

... bao nhiêu tiều?

Berapa harganya...?

tôi không hiểu

saya tidak mengerti

vấn đề

masalah

Xin chào! (buổi tối)

Selamat malam!

xin chào! (buổi sáng)

Selamat siang!

chúc ngủ ngon!

Selamat tidur!

tạm biệt

sampai jumpa

hướng đi

arah

hành lý

bagasi

túi xách

tas

túi ba lô

ransel

khách

tamu

phòng

ruang

túi ngủ

kantong tidur

lều

tenda

6

du lịch - perjalanan

thông tin du lịch

informasi wisata

bãi biển

pantai

thẻ tín dụng

kartu kredit

ăn sáng

sarapan

ăn trưa

makan siang

ăn tối

makan malam

vé xe

tiket

thang máy

elevator

tem bưu điện

perangko

biên giới

perbatasan

hải quan

cukai

đại sứ quán

kedutaan

thị thực

visa

hộ chiếu

paspor

vận chuyển
transportasi

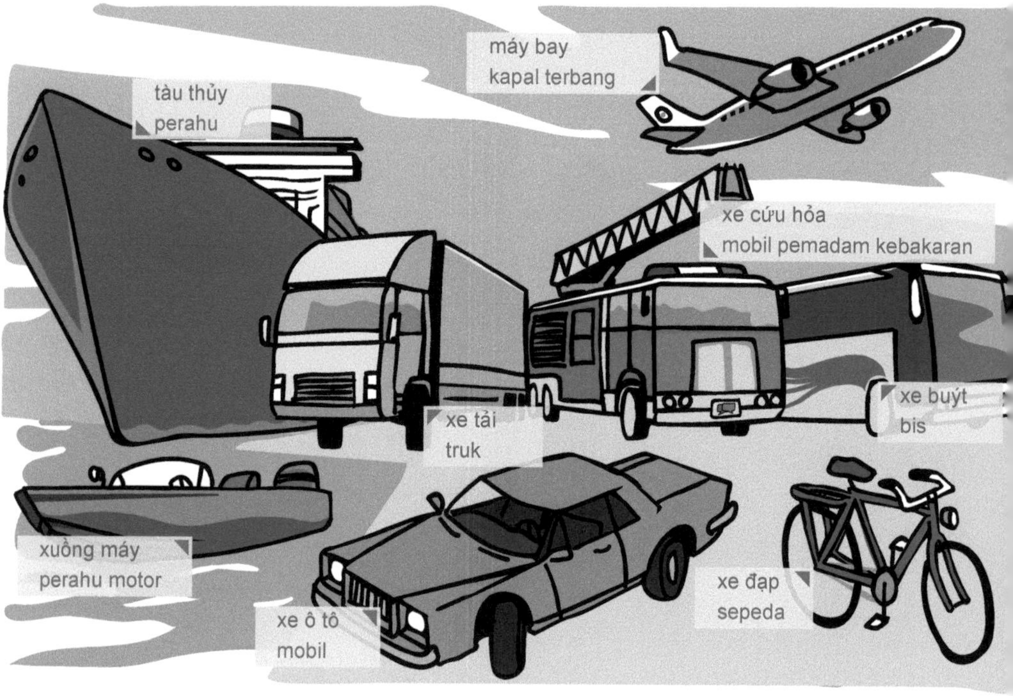
máy bay
kapal terbang
tàu thủy
perahu
xe cứu hỏa
mobil pemadam kebakaran
xe buýt
bis
xe tải
truk
xuồng máy
perahu motor
xe đạp
sepeda
xe ô tô
mobil

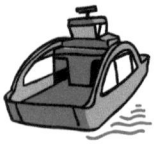

phà

feri

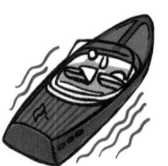

xuồng

perahu

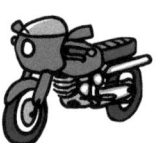

xe máy

sepeda motor

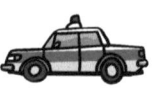

xe cảnh sát

mobil polisi

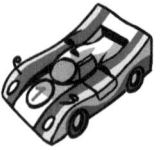

xe đua

mobil balapan

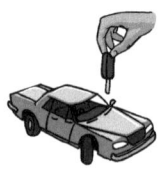

xe cho thuê

mobil sewa

dịch vụ thuê xe tự lái

berbagi mobil

xe kéo cứu hộ

truk derek

xe rác

truk sampah

động cơ

motor

xăng

bahan bakar

trạm xăng

bensin

biển báo giao thông

tanda lalulintas

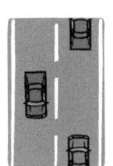

giao thông

lalulintas

ách tắc giao thông

macet

bãi đậu xe

parkir mobil

nhà ga

stasiun kereta

đường ray

trek

xe lửa

kereta api

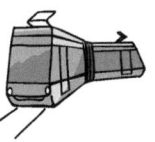

tàu điện

tram

toa xe

gerobak

máy bay trực thăng

helikopter

sân bay

bendara

tháp

menara

hành khách

penumpang

côngtenơ

container

thùng các-tông

karton

xe đẩy

troli

cái giỏ

keranjang

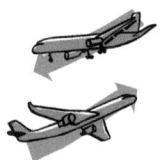

cất cánh / hạ cánh

berangkat / mendarat

thành phố
kota

làng

desa

trung tâm thành phố

pusat kota

nhà

rumah

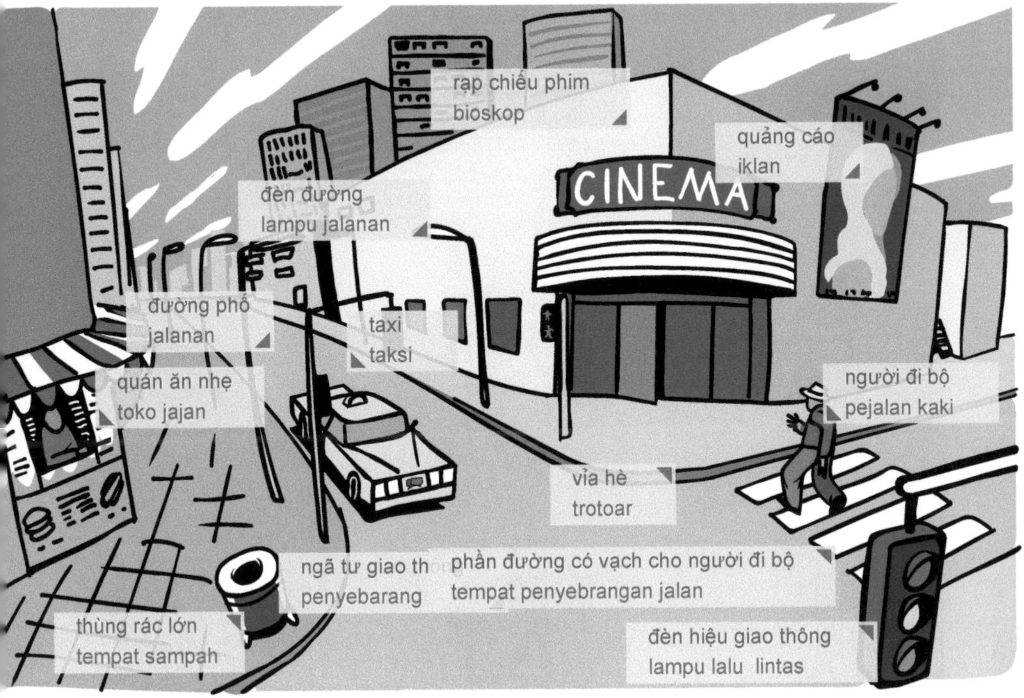
rạp chiếu phim
bioskop
quảng cáo
iklan
CINEMA
đèn đường
lampu jalanan
đường phố
jalanan
taxi
taksi
quán ăn nhẹ
toko jajan
người đi bộ
pejalan kaki
vỉa hè
trotoar
ngã tư giao th
penyebarang
phần đường có vạch cho người đi bộ
tempat penyebrangan jalan
thùng rác lớn
tempat sampah
đèn hiệu giao thông
lampu lalu lintas

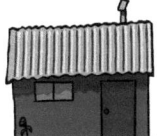

nhà chòi

gubuk

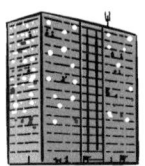

căn hộ

rumah flat

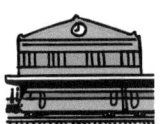

nhà ga

stasiun kereta

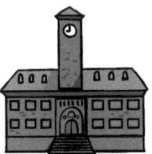

tòa thị chính

balai kota

MUSEUM

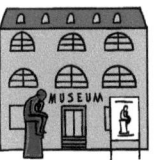

viện bảo tàng

museum

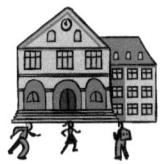

trường học

sekolah

đại học

universitas

ngân hàng

bank

bệnh viện

rumah sakit

khách sạn

hotel

hiệu thuốc

farmasi

văn phòng

kantor

hiệu sách

toko buku

cửa hiệu

toko

cửa hiệu bán hoa

toko bunga

siêu thị

supermarket

chợ

pasar

cửa hàng bách hóa

toko serba ada

người bán cá

nelayan

trung tâm mua bán

pusat belanja

bến cảng

pelabuhan

công viên
taman

ghế băng
banku

cầu
jembatan

cầu thang
tangga

tàu điện ngầm
kereta bawah tanah

đường hầm
terowongan

trạm xe buýt
pemberhantian bis

quán bar
bar

khách sạn
restauran

hòm thư công cộng
kotak surat

bảng hiệu đường
tanda jalan

đồng hồ đậu xe
meteran parkir

vườn bách thú
kebun binatang

bể bơi
kolam renang

nhà thờ Hồi giáo
mesjid

nông trại
pertanian

ô nhiễm môi trường
polusi

nghĩa trang
kuburan

nhà thờ
gereja

sân chơi
tempat bermain

ngôi đền
pura

phong cảnh
pemandangan

lá cây
daun

bảng chỉ đường
penunjuk arah

lối đi
jalanan

bãi cỏ
padang rumput

hòn đá
batu

người đi bộ đường dài
pejalak kaki

cây
pohon

sông
sungai

cỏ
rumput

bông hoa
bunga

thung lũng

lembah

đồi

bukit

hồ nước

danau

rừng

hutan

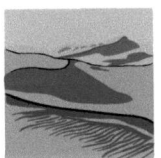

sa mạc

padang gurun

núi lửa

gunung berapi

lâu đài

istana

cầu vồng

pelangi

nấm

jamur

cây cọ

pohon palem

con muỗi

nyamuk

con ruồi

lalat

con kiến

semut

con ong

lebah

con nhện

laba-laba

bọ cánh cứng
kumbang

con ếch
kodok

con sóc
tupai

con nhím
landak

con thỏ
kelinci

con cú
burung hantu

con chim
burung

thiên nga
angsa

heo rừng
babi jantan

con hươu
rusa

nai sừng tấm
rusa

đê
bendungan

tuabin gió
turbin angin

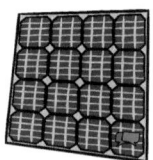

tấm năng lượng mặt trời
panel surya

khí hậu
iklim

khách sạn
restauran

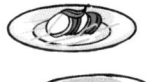

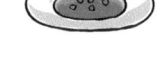

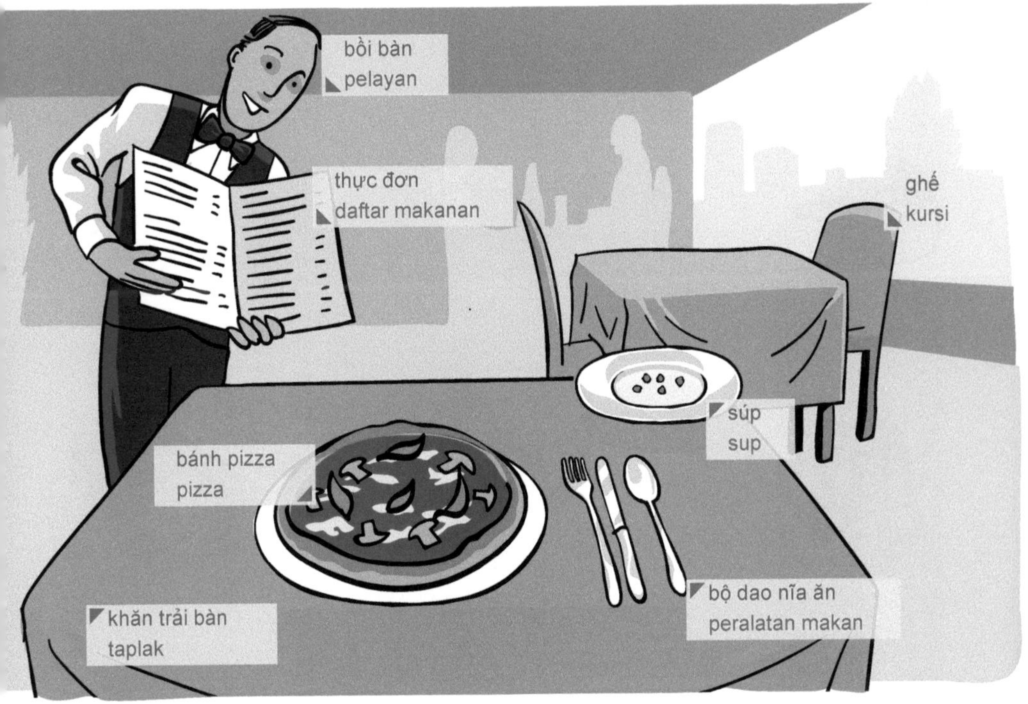
bồi bàn
pelayan
thực đơn
daftar makanan
ghế
kursi
súp
sup
bánh pizza
pizza
bộ dao nĩa ăn
peralatan makan
khăn trải bàn
taplak

món ăn khai vị

hindangan pembuka

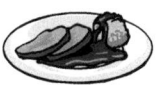

món ăn chính

hidangan utama

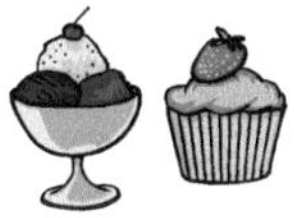

món tráng miệng

hidangan penutup

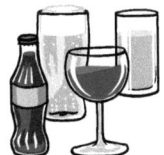

thức uống

minuman

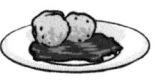

thức ăn

makanan

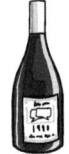

cái chai

botol

thức ăn nhanh

fastfood

thức ăn đường phố

masakan jalanan

ấm trà

teko teh

hộp đường

kaleng gula

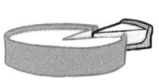

khẩu phần

porsi

máy pha espresso

mesin espresso

ghế cao

kursi tinggi

hóa đơn

tagihan

khay

baki

dao

pisau

nĩa

garpu

thìa

sendok

thìa uống trà

sendok teh

khăn ăn

serbet

cốc thủy tinh

gelas

đĩa
piring

đĩa súp
piring sup

đĩa lót cốc
lepek

nước sốt
saus

lọ muối
tempat garam

cái xay tiêu
gilingan merica

giấm
cuka

dầu
minyak

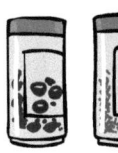

gia vị
bumbu

nước xốt cà chua
saus tomat

tương hạt cải
mustar

nước sốt mayonnaise
mayones

siêu thị

supermarket

chào giá đặc biệt
penawaran khusus
FOR
khách hàng
klien
sản phẩm từ sữa
produk susu
trái cây
buah
xe đẩy mua sắm
troli

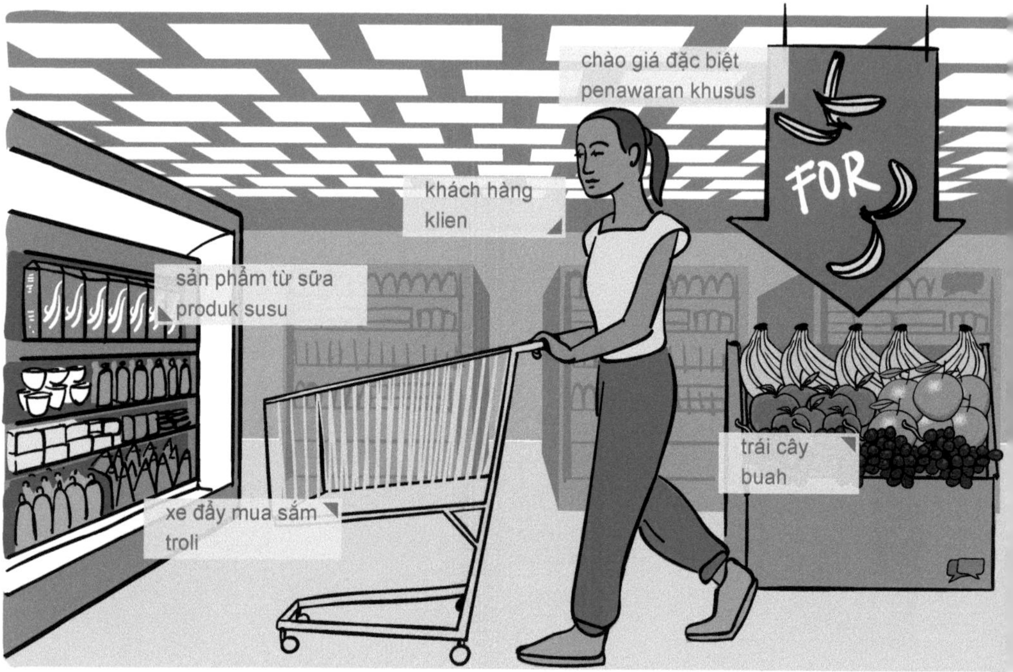

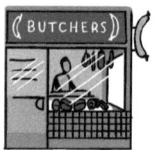

BUTCHERS

lò mổ

pembantai

BAKERY

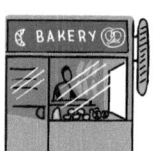

cửa hiệu bán bánh mì

toko roti

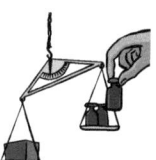

cân nặng

menimbang

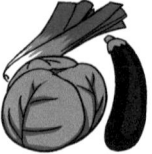

rau quả

sayur

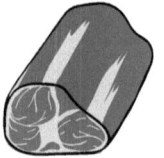

thịt

daging

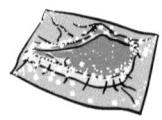

thức ăn đông lạnh

makanan beku

lát thịt nguội

pemotongan dingin

đồ hộp

makanan kaleng

bột giặt

sabun serbuk

đồ ngọt

permen

sản phẩm dùng trong gia đình

alat-alat rumah tangga

chất tẩy rửa

obat pembersihan

người bán hàng

penjual

quầy trả tiền

kasa

nhân viên thu ngân

kasir

danh sách mua sắm

daftar belanja

giờ mở cửa

jam buka

ví tiền

dompet

thẻ tín dụng

kartu kredit

túi đeo

tas

túi ny lông

kantong plastik

nước
....
air

nước quả ép
....
jus

sữa
....
susu

coca-cola
....
cola

rượu vang
....
anggur

bia
....
bir

cồn
....
alkohol

cacao
....
coklat

trà
....
teh

cà phê
....
kopi

espresso
....
espresso

cappuccino
....
cappucino

chuối

pisang

quả táo

apel

quả cam

jeruk

dưa hấu

semangka

chanh

jeruk lemon

cà rốt

wortel

tỏi

bawang putih

tre

bambu

củ hành

bawang bombai

nấm

jamur

hạt dẻ

kacang

mì

mi

mì spaghetti

spagetti

cơm

nasi

xà lách

salat

khoai tây chiên

kentang goreng

khoai tây chiên

kentang goreng

bánh pizza

pizza

bánh hamburger

hamburger

bánh mì sandwich

sandwich

thịt côtlet

sayatan

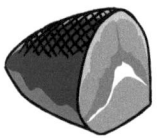

thịt giăm bông

ham

xúc xích

salami

dồi

sosis

gà

ayam

rán

menggoreng

cá

ikan

cháo yến mạch

bubur gandum

cháo muesli

sereal

bánh bột ngô nướng

cornflakes

bột mì

tepung

bánh sừng bò

croissant

bánh mì

roti

bánh mì

roti

bánh mì nướng

toast

bánh bích quy

biskuit

bơ

mentega

sữa đông

dadih

bánh ngọt

kue

trứng

telur

trứng rán

telur goreng

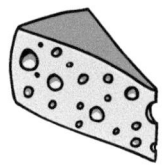

pho mát

keju

kem

eskrim

đường

gula

mật ong

madu

mứt

selai

kem nougat

krim nugat

cà ri

kare

thức ăn - makanan

nông trại
pertanian

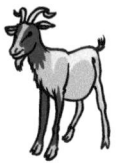

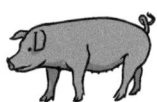

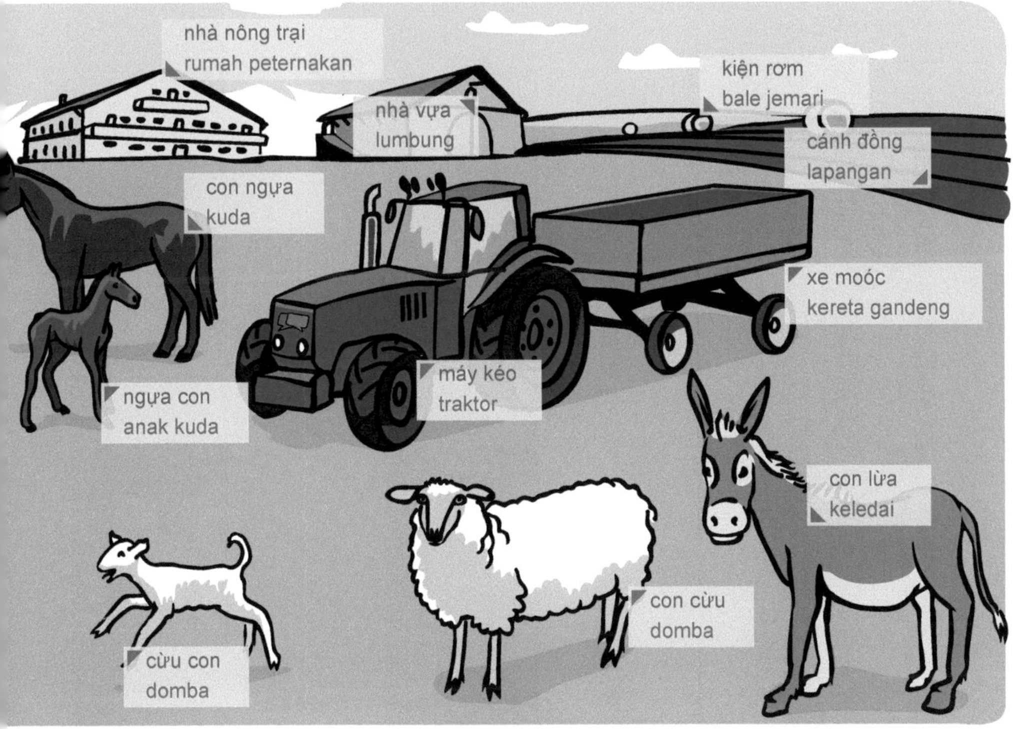

nhà nông trại
rumah peternakan
nhà vựa
lumbung
kiện rơm
bale jemari
cánh đồng
lapangan
con ngựa
kuda
xe moóc
kereta gandeng
máy kéo
traktor
ngựa con
anak kuda
con lừa
keledai
con cừu
domba
cừu con
domba

con dê
kambing

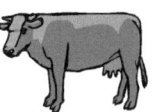

con bò
sapi

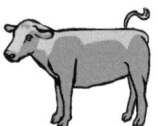

con bê
betis

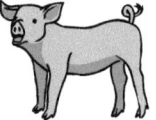

con lợn
babi

lợn con
celeng

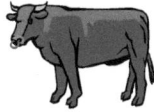

bò đực
banteng

con ngỗng

angsa

con vịt

bebek

gà con

anak ayam

gà mái

ayam

gà trống

ayam jantan

con chuột

tikus

mèo

kucing

chuột nhắt

tikus

bò đực

lembu

con chó

anjing

nhà chuồng chó

rumah anjing

ống tưới vườn cây

selang

thùng tưới cây

penyiram

lưỡi hái

sabit

cái cày

bajak

cái liềm

sabit

cái cuốc

cangkul

cái chĩa

garpu rumput

cái rìu

kapak

xe cút kít

gerobak

máng ăn

palung

lọ sữa

kaleng susu

bao tải

karung

hàng rào

pagar

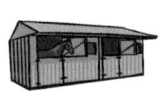

chuồng

kandang

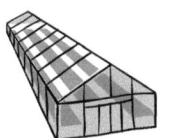

nhà kính trồng cây

rumah kaca

đất trồng

tanah

hạt giống

benih

phân bón

pupuk

máy gặt đập liên hợp

mesin pemanen

thu hoạch

panen

mùa thu hoạch

panen

khoai lang

yams

lúa mì

gandum

đậu nành

kedelai

khoai tây

kentang

ngô

jagung

hạt cải dầu

lobak

cây ăn trái

pohon buah

sắn

singkong

ngũ cốc

sereal

nhà
rumah

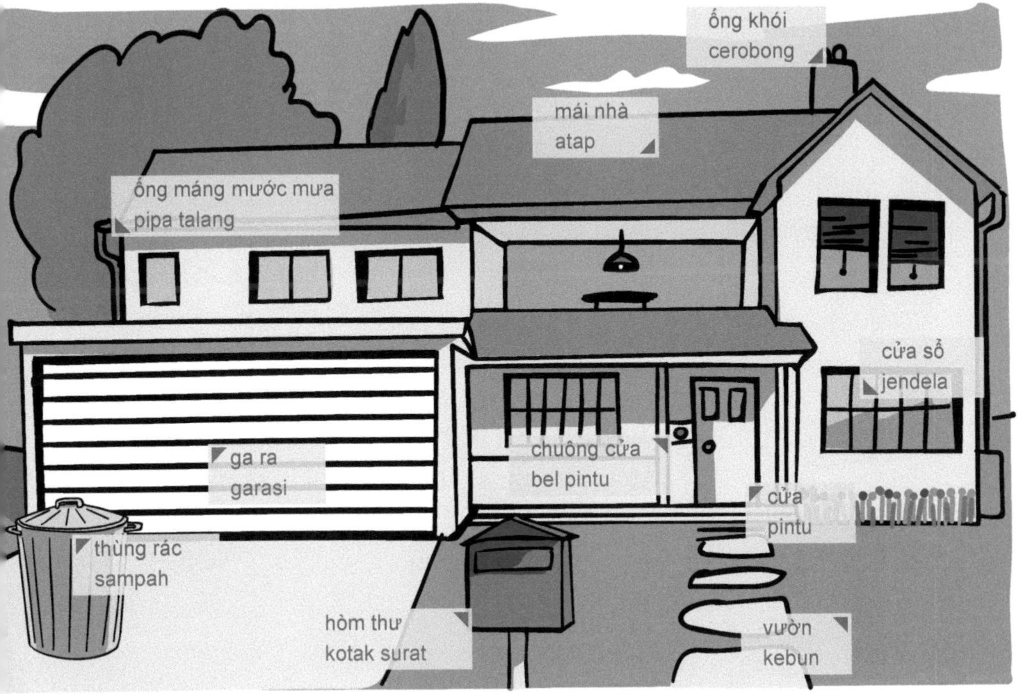

ống khói
cerobong
mái nhà
atap
ống máng mước mưa
pipa talang
cửa sổ
jendela
chuông cửa
bel pintu
ga ra
garasi
cửa
pintu
thùng rác
sampah
hòm thư
kotak surat
vườn
kebun

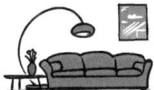

phòng khách

ruang tamu

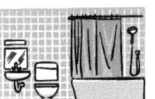

phòng tắm

kamar mandi

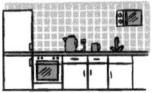

bếp

dapur

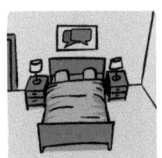

phòng ngủ

kamar tidur

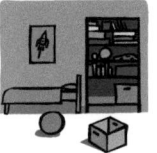

phòng trẻ em

kamar anak

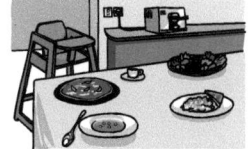

phòng ăn

kamar makan

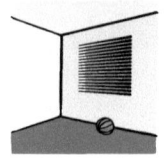

nền nhà

lantai

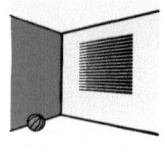

tường

tembok

trần nhà

atap

tầng hầm

gudang di bawah tanah

tắm hơi

sauna

ban công

balkon

sân hiên

teras

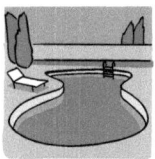

bể bơi

kolam renang

máy cắt cỏ

mesin pemotong rumput

khăn trải giường

sprei

khăn trải giường

selimut

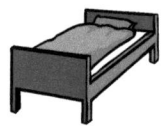

giường

tempat tidur

chổi

sapu

cái xô

ember

công tắc điện

tombol

phòng khách
ruang tamu

giấy dán tường
kertas dinding
hình ảnh
gambar
đèn
lampu
cái kệ
rak
tủ
kabinet
ti vi
televisi
lò sưởi
perapian
bông hoa
bunga
gối
bantal
ghế sofa
sofa
bình hoa
vas
điều khiển từ xa
remote control

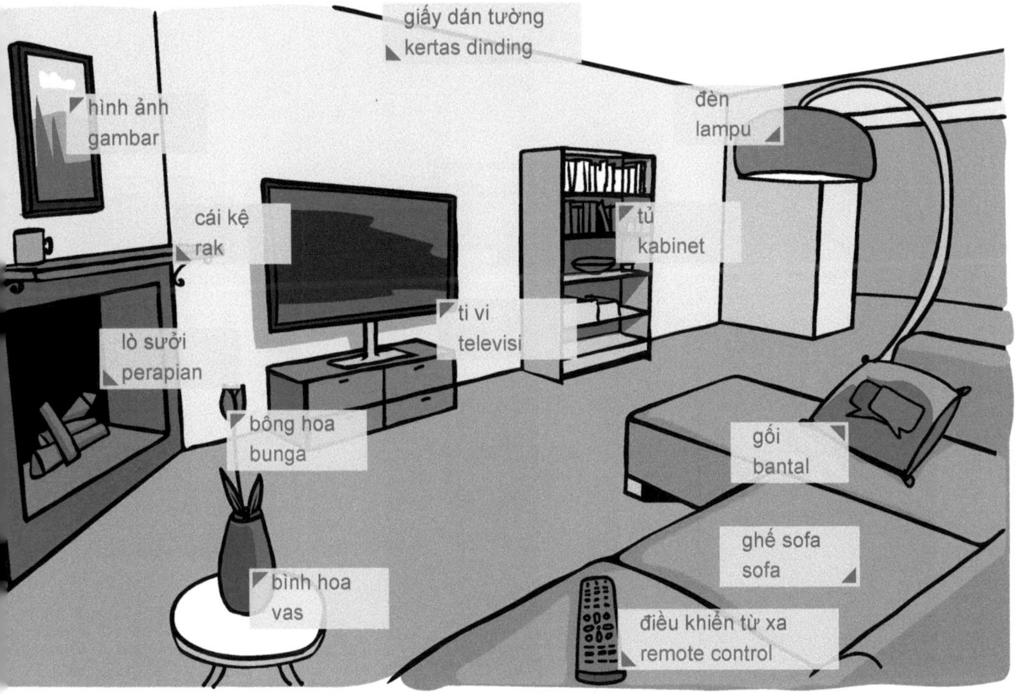

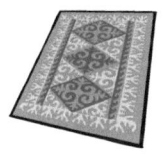

thảm
karpet

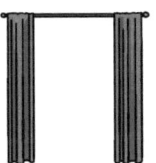

rèm
korden

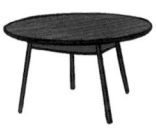

cái bàn
meja

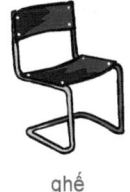

ghế
kursi

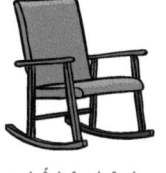

ghế bập bênh
kursi goyang

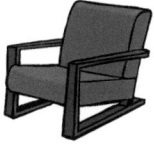

ghế bành
kursi malas

sách

buku

cái chăn

selimut

đồ trang trí

dekorasi

củi

kayu bakar

phim

filem

máy hi-fi

hi-fi

chìa khóa

kunci

báo

koran

bức tranh

lukisan

áp phích

poster

radio

radio

sổ ghi chép

buku tulis

máy hút bụi

penyedot debu

cây xương rồng

kaktus

cây nến

lilin

bếp
dapur

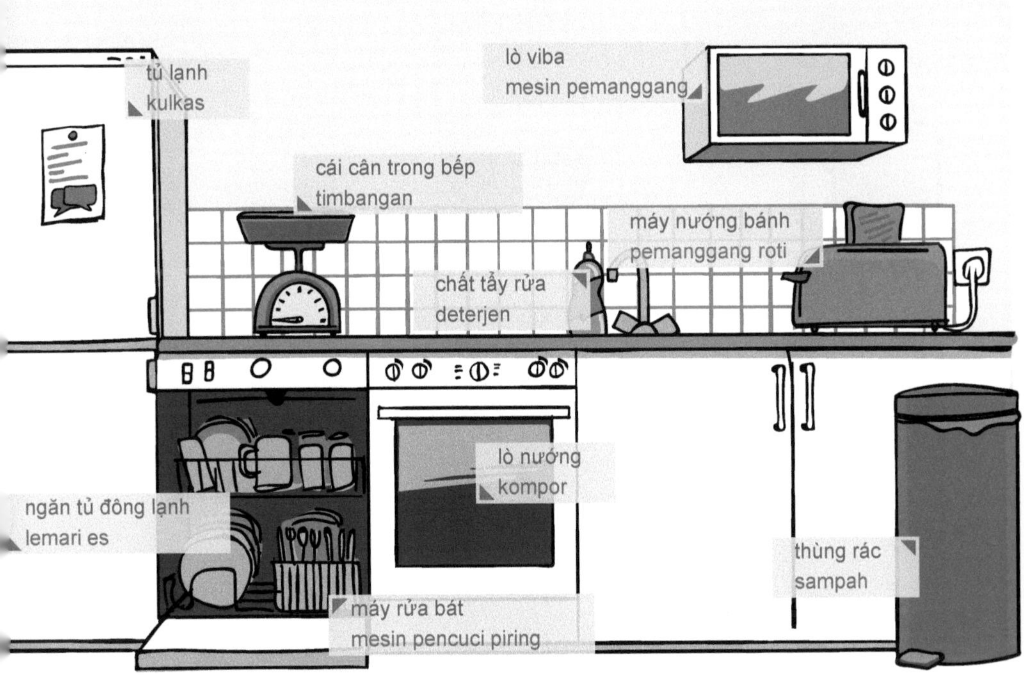
tủ lạnh
kulkas
lò viba
mesin pemanggang
cái cân trong bếp
timbangan
máy nướng bánh
pemanggang roti
chất tẩy rửa
deterjen
lò nướng
kompor
ngăn tủ đông lạnh
lemari es
thùng rác
sampah
máy rửa bát
mesin pencuci piring

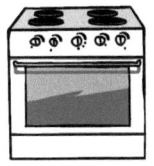

lò nấu

kompor

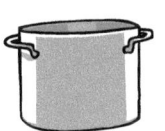

nồi

panci

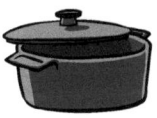

nồi sắt

panci besi

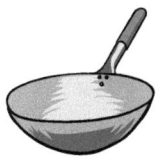

chảo

wajan

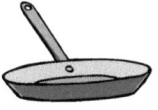

chảo

panci

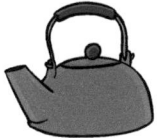

ấm đun nước

pemanas air

nồi đun hơi

panci pengukus makanan

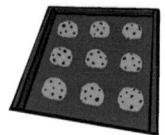

khay lò nướng

nampan

bát đĩa

piring

cốc

cangkir

cái bát

mangkok

đũa

sumpit

cái vá

sendok sup

bàn xẻng

sudip

que đánh kem

mengocok

rây dùng trong bếp

saringan

cái rây lọc

saringan

cái nạo

parutan

vữa

mortir

vỉ nướng

barbeque

ngọn lửa trần

api terbuka

cái thớt

papan memotong

trục cán bột

gilingan

cái mở nút chai

alat pembuka botol

vỏ đồ hộp

kaleng

cái mở vỏ đồ hộp

pembuka kaleng

miếng nhắc nồi

pegangan panci

bồn rửa bát

wastafel

bàn chải

sikat

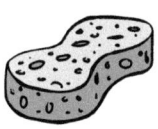

miếng xốp

busa

máy xay

mesin pencampur

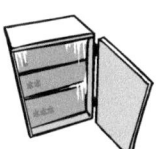

tủ đông lạnh

lemari es

bình sữa cho trẻ sơ sinh

botol bayi

vòi nước

keran

phòng tắm
kamar mandi

vòi hoa sen
mandi
lò sưởi
mesin pemanas
khăn lau
handuk
rèm che ngăn tắm
tirai kamar mandi
tắm bọt
mandi busa
bồn tắm
bak mandi
cốc thủy tinh
gelas
máy giặt
mesin cuci
vòi nước
keran
gạch lát
ubin
cái bô
pispot
bồn rửa bát
wastafel

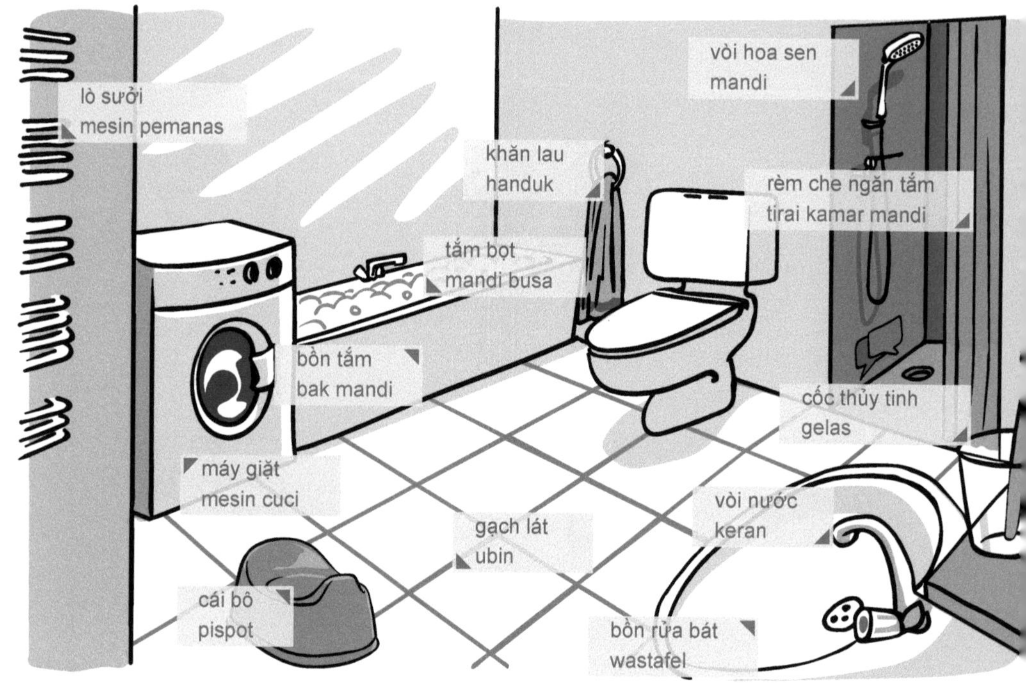

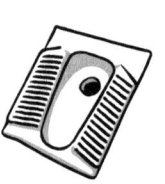

bồn cầu

toilet

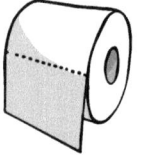

bồn cầu ngồi xổm

toilet jongkok

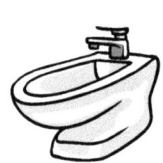

bồn rửa hậu môn

bidet

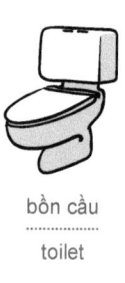

bồn tiểu tiện

pissoir

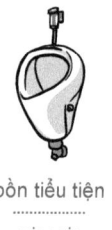

giấy vệ sinh

kertas toilet

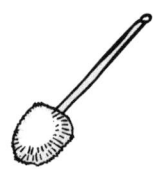

bàn chải cọ bồn cầu

sikat toilet

bàn chải đánh răng

sikat gigi

kem đánh răng

pasta gigi

chỉ nha khoa

benang gigi

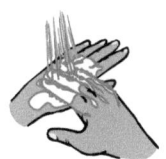

rửa

menyuci

vòi sen cầm tay

pancuran tangan

vòi rửa hậu môn

pancuran

bồn rửa

bak

bàn chải cọ lưng

sikat punggung

xà phòng

sabun

sữa tắm

gel mandi

dầu gội

sampo

khăn cọ để tắm

planel

lỗ thoát nước

kuras

kem

krim

chất khử mùi

deodoran

gương
kaca

gương tay
cermin tangan

dao cạo râu
pisau cukur

kem cạo râu
busa cukur

nước thơm dùng sau khi
cạo râu
aftershave

cái lược
sisir

bàn chải
sikat

máy xấy tóc
alat pengering rambut

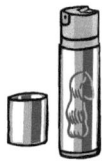

keo xịt tóc
semprot rambut

đồ trang điểm
makeup

thỏi son môi
lipstik

sơn bôi móng
cat kuku

bông
kapas

kéo cắt móng
gunting kuku

nước hoa
minyak wangi

túi đựng đồ tắm

kantong pencuci

ghế đẩu

bangku

cái cân

timbangan

áo choàng tắm

mantel mandi

găng tay làm vệ sinh

sarung tangan karet

nút gạc

tampon

băng vệ sinh

handuk pembalut

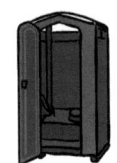

nhà vệ sinh hóa chất

toilet kimia

phòng trẻ em
kamar anak

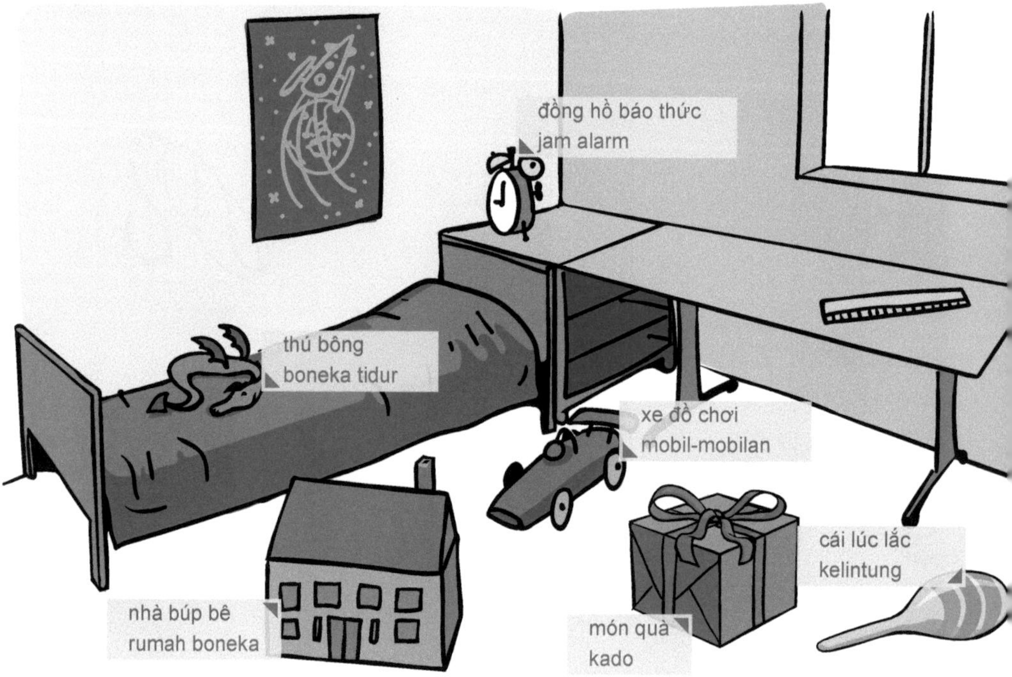
đồng hồ báo thức
jam alarm
thú bông
boneka tidur
xe đồ chơi
mobil-mobilan
cái lúc lắc
kelintung
nhà búp bê
rumah boneka
món quà
kado

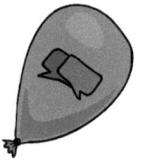

bong bóng
balon

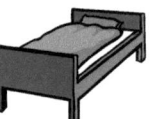

giường
tempat tidur

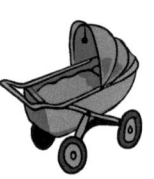

xe nôi
kereta bayi

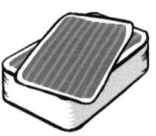

trò chơi bài
mainan kartu

trò chơi ghép hình
teka-teki

SUPER MEGA

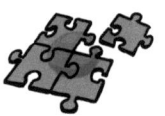

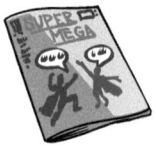

truyện tranh
komik

gạch Lego

mainan lego

khối xếp hình

blok mainan

nhân vật hành động

figur aksi

liền quần cho trẻ sơ sinh

baju monyet

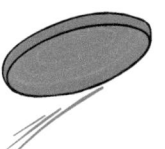

đĩa nhựa để ném

frisbee

đồ chơi treo trên giường

mobile

trò chơi cờ bàn

permainan papan

xúc xắc

dadu

đồ chơi xe lửa mô hình

set model kreta api

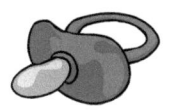

ti giả

dot

buổi tiệc

pesta

sách tranh

buku gambar

quả bóng

bola

búp bê

boneka

chơi

bermain

hố cát

tempat main pasir

cái đu

ayunan

đồ chơi

mainan

máy chơi game cầm tay

video game konsol

xe ba bánh

sepeda roda tiga

gấu bông

teddy

tủ quần áo

lemari pakaian

y phục
pakaian

bít tất

kaos kaki

bít tất dài

kaos kaki

quần tất

baju ketat

khăn choàng cổ
syal

ô che mưa
payung

áp phông
kaos

ây thắt lưng
abuk

ủng
sepatu bot

dép đi trong nhà
sandal

giày sneaker
sepatu

dép xăng đan
sandal

giày
sepatu

ủng cao su
sepatu bot karet

quần lót
celana dalam

áo ngực
BH

áo vest
baju rompi

áo ôm sát cơ thể

body

quần dài

celana

quần bò

jeans

váy

rok

áo cánh

blus

áo sơ mi

kemeja

áo len chui đầu

aket berkerudung

áo len

sweater

áo blazer

jaket

áo jacket

jaket

áo khoác

mantel

áo mưa

jas hujan

trang phục

kostum

áo váy

gaun

áo cưới

gaun pengantin

bộ com lê
setelan resmi

áo ngủ
gaun tidur

pijama
piyama

trang phục sari
sari

khăn trùm đầu
jilbab

khăn đội đầu
turban

áo burka
burka

áo captan
kaftan

áo aba
abaya

quần áo bơi
pakaian renang

quần bơi
celana renang

quần đùi
celana pendek

quần áo tracksuit
olah raga

tạp dề
celemek

găng tay
sarung tangan

cái cúc

kancing

kính mắt

kacamata

vòng đeo tay

gelang

vòng cổ

kalung

nhẫn

cincin

hoa tai

anting

mũ lưỡi trai

topi

cái mắc treo áo quần

gantungan mantel

mũ

topi

cà vạt

dasi

dây kéo phéc mơ tuya

ritsleting

mũ bảo hiểm

helm

dây đeo quần

tali selempang

đồng phục học sinh

seragam sekolah

đồng phục

seragam

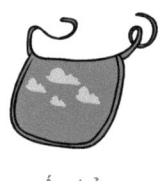

yếm trẻ em

oto

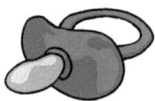

ti giả

dot

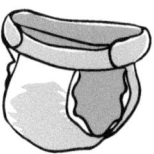

tã lót

popok

văn phòng
kantor

máy chủ
server
tủ hồ sơ
lemari arsip
máy in
pencetak
giấy
kertas
màn hình
layar
chuột máy tính
mouse komputer
bàn làm việc
meja kerja
thư mục
tempat pengarsipan
bàn phím
papan tombol
thùng rác giấy
tempat sampah
máy tính
computer
ghế
kursi

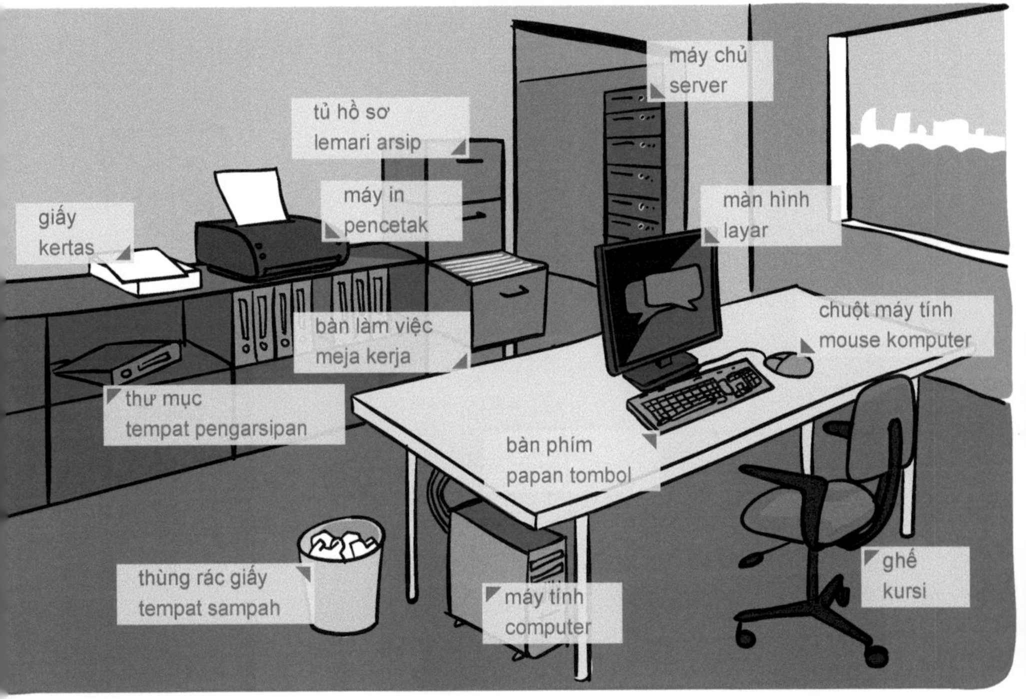

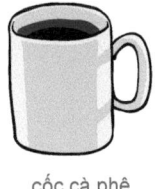

cốc cà phê

cangkir kopi

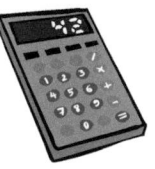

máy tính bỏ túi

kalkulator

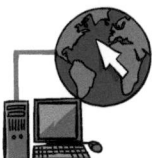

internet

internet

laptop
laptop

thư
surat

tin nhắn
pesan

điện thoại di động
telepon seluler

mạng
jaringan

máy photocopy
fotokopi

phần mềm
software

điện thoại
telepon

ổ cắm điện
plug soket

máy fax
mesin fax

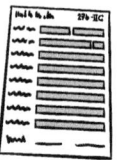

mẫu đơn
formulir

chứng từ
dokumen

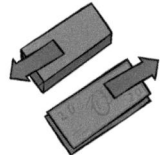

mua

membeli

trả tiền

membayar

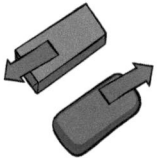

buôn bán

berdagang

tiền

uang

đô la

Dollar

Euro

Euro

yên

Yen

rúp

Rubel

franc Thụy Sĩ

Franc Swiss

nhân dân tệ

Renminbi Yuan

rupi

Rupiah

máy rút tiền tự động

ATM

quầy đổi tiền

kantor pertukaran mata uang

vàng

emas

bạc

perak

dầu

minyak

năng lượng

energi

giá tiền

harga

hợp đồng

kontrak

thuế

pajak

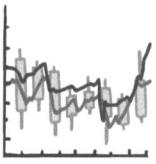

cổ phiếu

saham

làm việc

bekerja

nhân viên

karyawan

chủ lao động

majikan

nhà máy

pabrik

cửa hiệu

toko

nghề nghiệp
pekerjaan

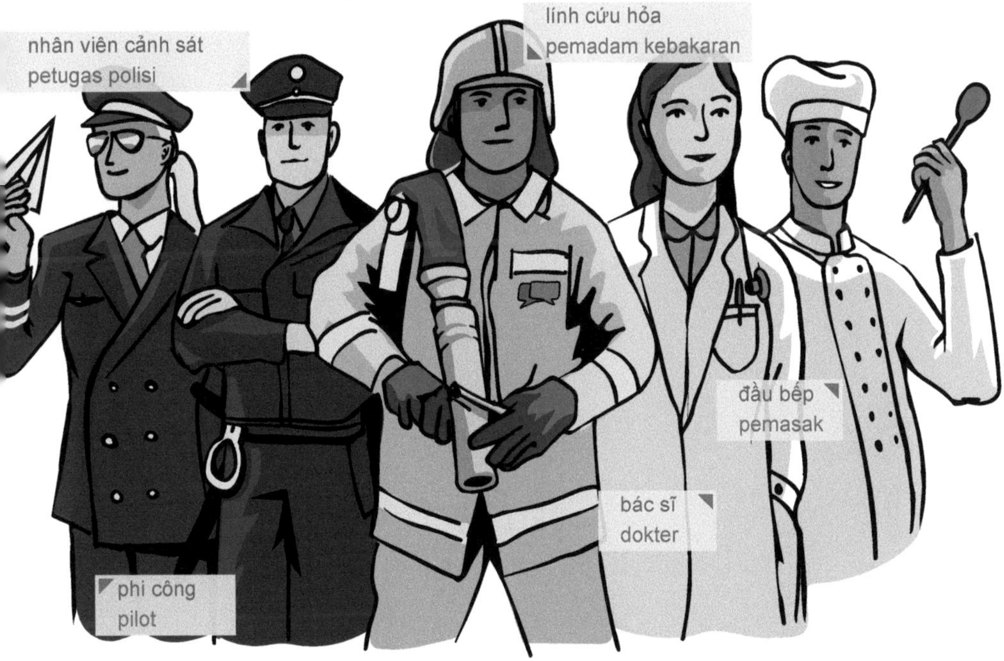

nhân viên cảnh sát
petugas polisi
lính cứu hỏa
pemadam kebakaran
đầu bếp
pemasak
bác sĩ
dokter
phi công
pilot

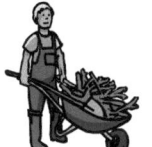

người làm vườn

tukan kebun

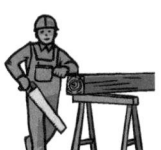

thợ mộc

tukang kayu

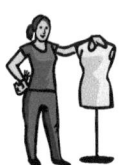

thợ may

penjahit wanita

chánh án

hakim

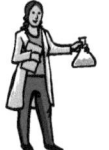

nhà hóa học

ahli kimia

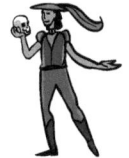

diễn viên

aktor

tài xế xe buýt

sopir bis

người lái taxi

sopir taksi

ngư dân

nelayan

người lau dọn vệ sinh

pembantu

thợ lợp mái nhà

tukang atap

bồi bàn

pelayan

thợ săn

pemburu

họa sĩ

pelukis

thợ làm bánh

tukang roti

thợ điện

tukang listrik

thợ xây dựng

pembangun

kỹ sư

insinyur

người hàng thịt

tukang daging

thợ sửa ống nước

tukang ledeng

người đưa thư

tukang pos

người lính

tentara

kiến trúc sư

arsitek

nhân viên thu ngân

kasir

người bán hoa

penjual bunga

thợ cắt tóc

penata rambut

nhân viên soát vé

konduktor

thợ cơ khí

montir

thuyền trưởng

kapten

nha sĩ

dokter gigi

nhà khoa học

ilmuwan

giáo sĩ Do thái

rabbi

lãnh tụ Hồi giáo

imam

nhà sư

biarawan

mục sư

pendeta

dụng cụ
alat

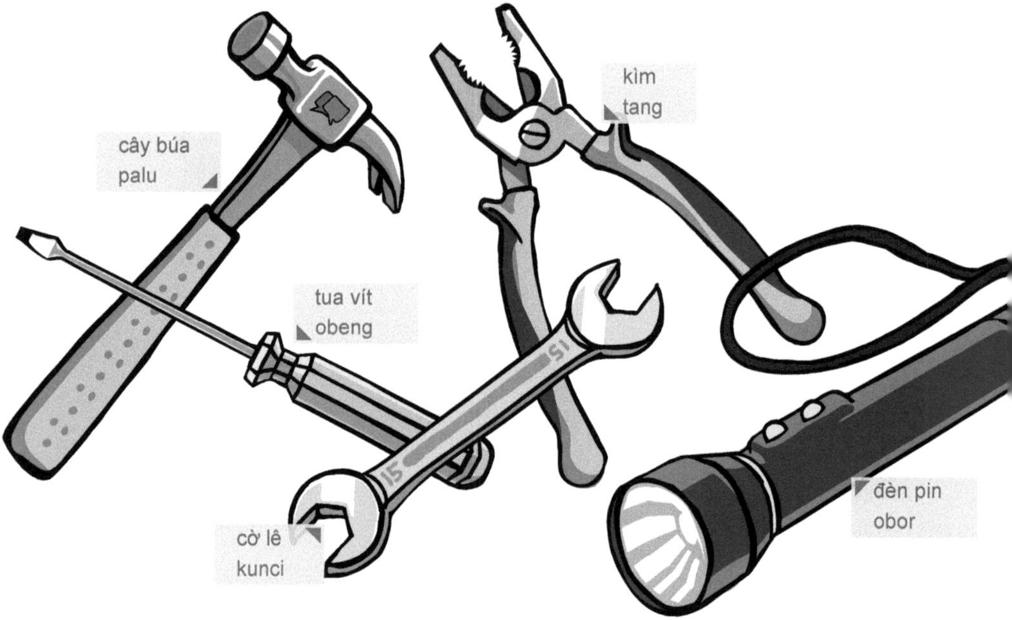
kìm
tang
cây búa
palu
tua vít
obeng
đèn pin
obor
cờ lê
kunci

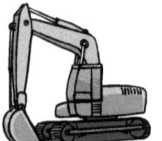

máy xúc đất

penggali

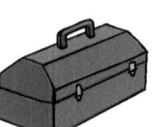

hộp dụng cụ

tas perkakas

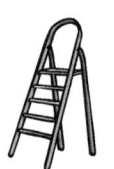

cái thang

tangga

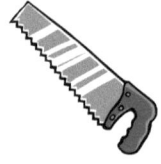

cưa

gergaji

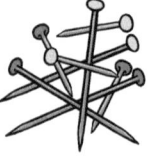

đinh

paku

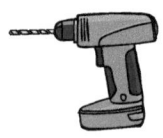

máy khoan

bor

sửa chữa
perbaikan

cái xẻng
sekop

khốn nạn!
Sialan!

cái hót rác
cikrak

thùng sơn
pot cat

vít
sekrup

nhạc cụ
alat musik

bộ trống
alat drum

loa
pengeras suara

đàn công tra bát
bas

kèn trompet
trompet

đàn ghi ta
gitar

đàn piano

piano

đàn vĩ cầm

violin

ghi ta bass

bass

trống định âm

tambur

trống

drum

đàn organ

keyboard

kèn Saxophone

saksofon

sáo

suling

micro

mikrofon

nhạc cụ - alat musik

vườn bách thú
kebun binatang

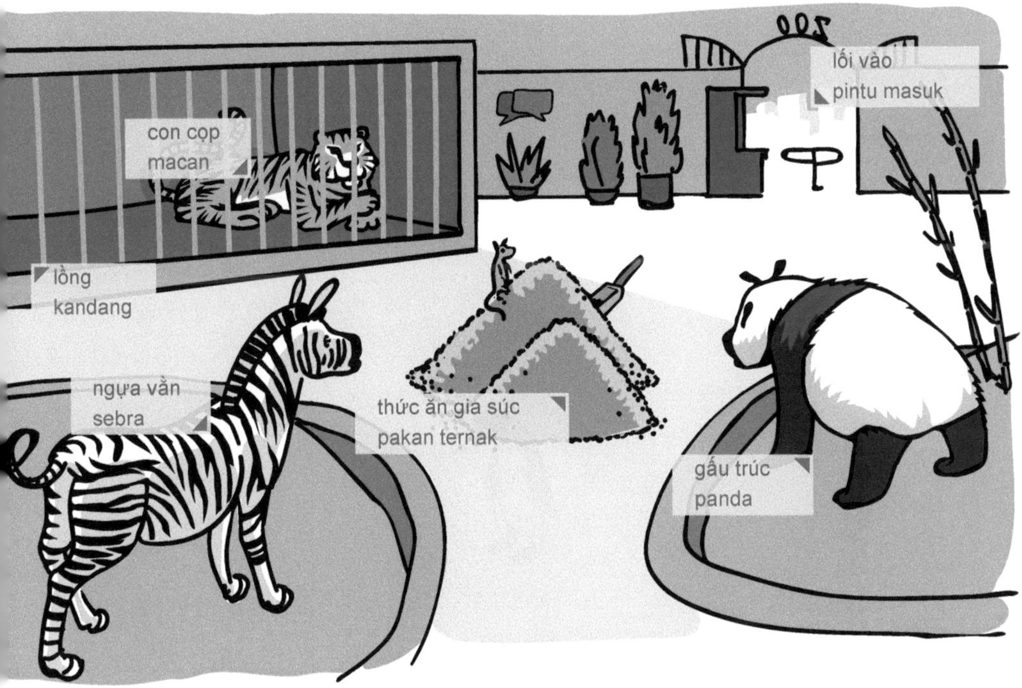
lối vào
pintu masuk
con cọp
macan
lồng
kandang
ngựa vằn
sebra
thức ăn gia súc
pakan ternak
gấu trúc
panda

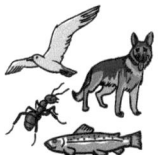

động vật
hewan

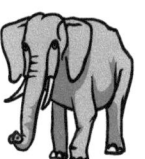

con voi
gajah

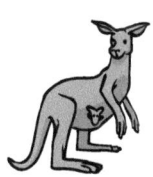

chuột túi
kanguru

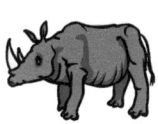

tê giác
badak

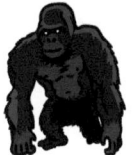

khỉ đột
gorila

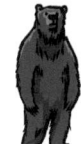

con gấu
beruang

lạc đà
unta

đà điểu
burung unta

sư tử
singa

con khỉ
monyet

hồng hạc
flamingo

con vẹt
burung beo

gấu bắc cực
beruang polar

chim cánh cụt
penguin

cá mập
hiu

con công
merak

con rắn
ular

cá sấu
buaya

người trông giữ vườn bách
thú
penjaga kebun binatang

hải cẩu
segel

báo đốm
jaguar

ngựa lùn
kuda poni

con báo
macan tutul

hà mã
kuda nil

hươu cao cổ
jerapah

đại bàng
burung elang

heo rừng
babi jantan

cá
ikan

con rùa
kura-kura

hải mã
anjing laut

con cáo
rubah

linh dương
kijang

bóng bầu dục Mỹ
american football

đua xe đạp
naik sepeda

quần vợt
tennis

bóng rổ
basketbal

bơi
bernang

khúc côn cầu trên băng
hoki es

đấm bốc
tinju

bóng đá
sepak bola

cầu lông
badminton

điền kinh
atletik

bóng ném
bola tangan

trượt tuyết
main ski

polo
polo

cười
ketawa

nhảy
meloncat

ôm
memeluk

đi bộ
berjalan

ca hát
menyanyi

mơ
mengimpi

cầu nguyện
berdoa

hôn
mencium

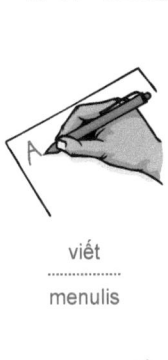

viết

menulis

vẽ

melukis

chỉ trỏ

menunjuk

đẩy

mendorong

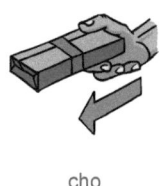

cho

memberikan

lấy đi

mengambil

có
mempunyai

làm
melakukan

thì / là
adalah

đứng
berdiri

chạy
berlari

kéo
menarik

ném
melempar

rơi
jatuh

nằm
tidur

chờ đợi
menunggu

mang vác
membawa

ngồi
duduk

mặc quần áo
berpakaian

ngủ
tidur

thức dậy
bangun

xem
melihat

khóc
menangis

vuốt ve
mengelus

chải
menyisir

nói chuyện
berbicara

hiểu
mengerti

câu hỏi
menanyak

nghe
mendengar

uống
minum

ăn
makan

dọn dẹp
merapikan

yêu
cinta

nấu nướng
memasak

lái xe
menyetir

bay
terbang

đi thuyền buồm

berlayar

tính toán

menghitung

đọc

membaca

học

belajar

làm việc

bekerja

cưới

menikah

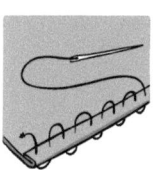

khâu vá

menjahit

đánh răng

sikat gigi

giết

membunuh

hút thuốc

merokok

gửi đi

kirim

gia đình
keluarga

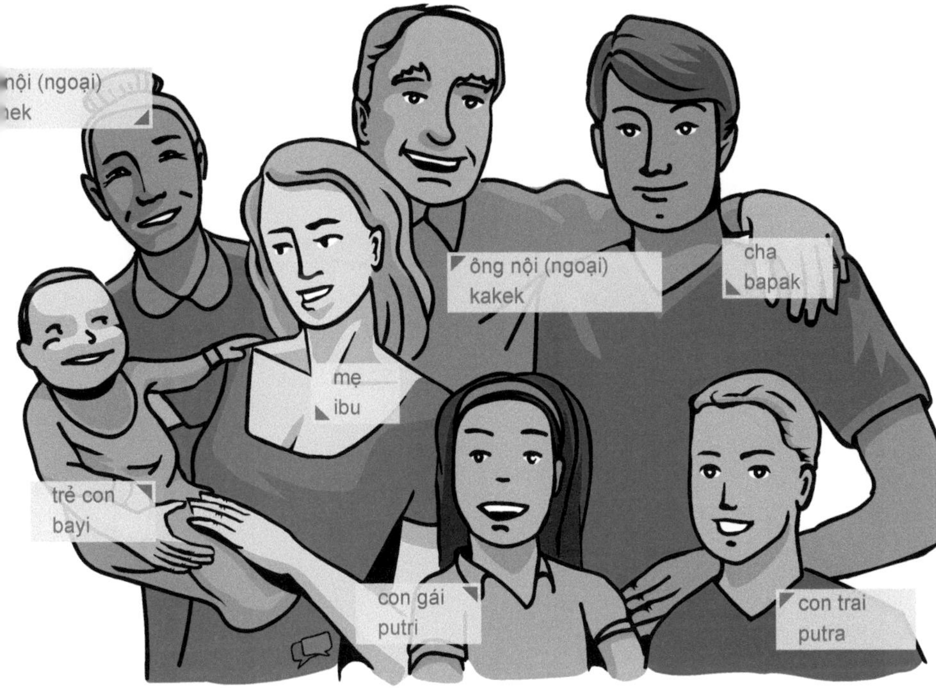
nội (ngoại)
ek
ông nội (ngoại)
kakek
cha
bapak
mẹ
ibu
trẻ con
bayi
con gái
putri
con trai
putra

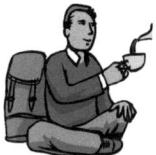

khách

tamu

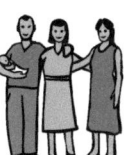

cô (dì)

bibi

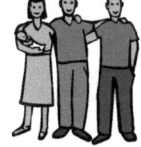

chú, bác (cậu)

paman

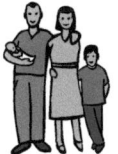

anh (em) trai

kakak laki

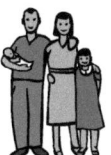

chị (em) gái

kakak perempuan

cơ thể

badan

trán
dahi
mắt
mata
vai
bahu
ngón tay
jari
mặt
muka
cằm
dagu
bàn tay
tangan
chân
kaki
ngực
payudara
cánh tay
lengan

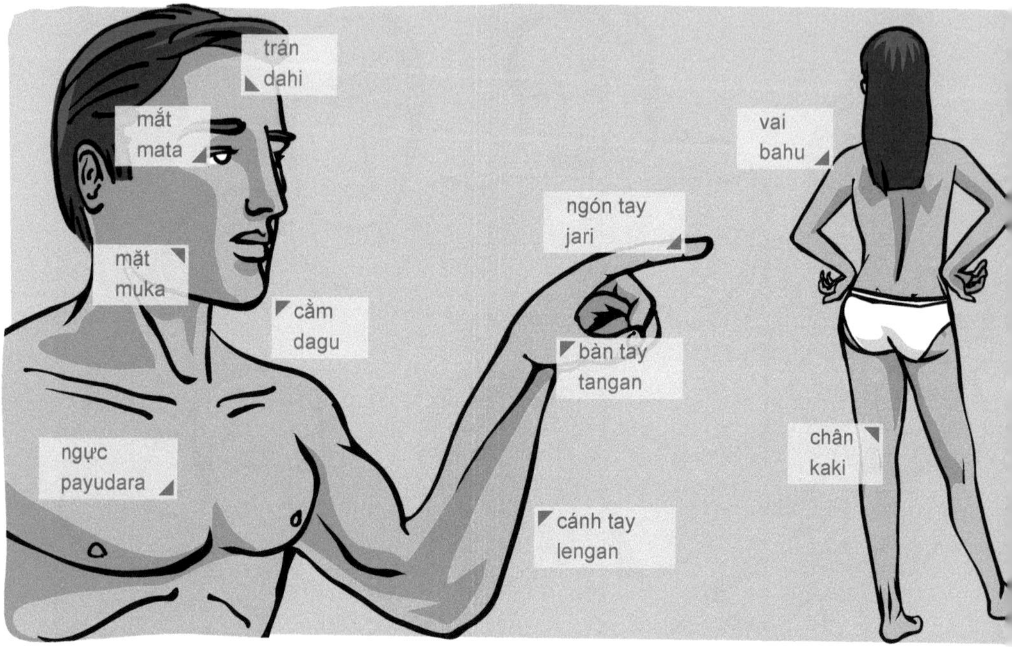

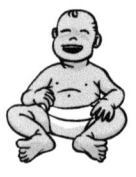

trẻ con

bayi

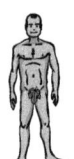

đàn ông

pria

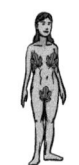

phụ nữ

wanita

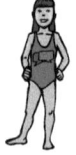

bé gái

perempuan

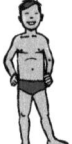

bé trai

laki

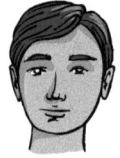

đầu

kepala

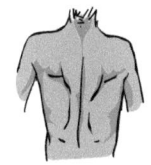

lưng
....
punggung

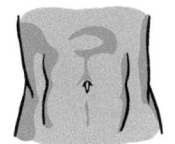

bụng
....
perut

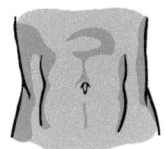

rốn
....
pusar

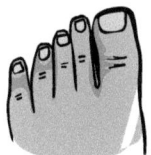

ngón chân
....
toe

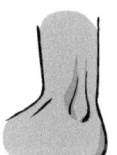

gót chân
....
tumit

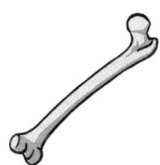

xương
....
tulang

hông
....
pinggang

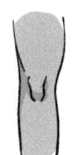

đầu gối
....
lutut

khuỷu tay
....
siku

mũi
....
hidung

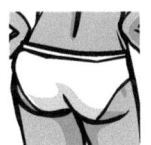

mông
....
pantat

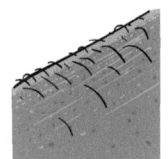

da
....
kulit

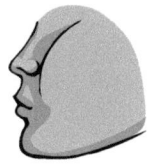

má
....
pipi

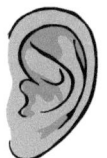

tai
....
telinga

môi
....
bibir

miệng

mulut

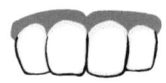

răng

gigi

lưỡi

lidah

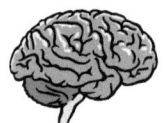

não

otak

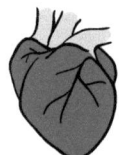

tim

jantung

cơ bắp

otot

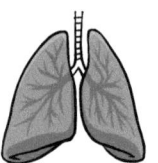

phổi

paru-paru

gan

hati

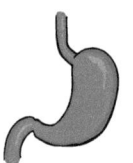

dạ dày

stomach

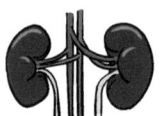

thận

ginjal

giao hợp

hubungan seks

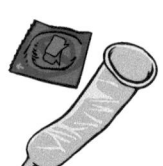

bao cao su

kondom

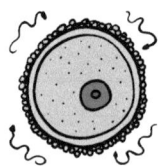

noãn

sel telur

tinh dịch

sperma

mang thai

kehamilan

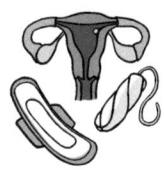

kinh nguyệt

menstruasi

âm vật

vagina

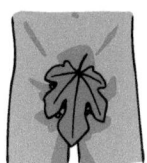

dương vật

penis

lông mày

alis

tóc

rambut

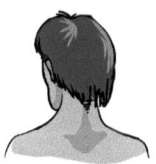

cổ

leher

bệnh viện
rumah sakit

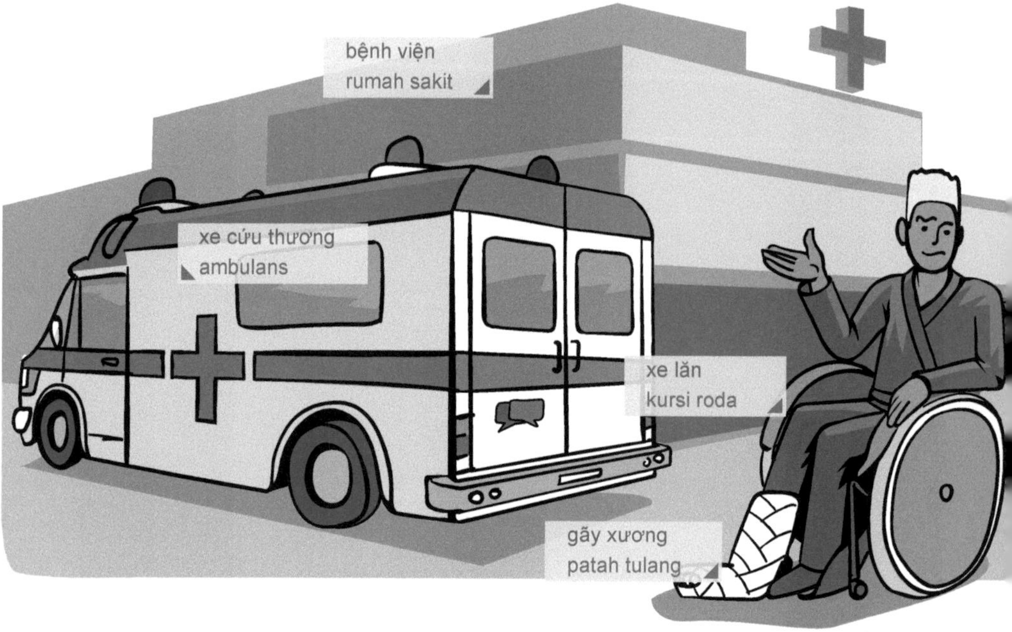

bệnh viện
rumah sakit
xe cứu thương
ambulans
xe lăn
kursi roda
gãy xương
patah tulang

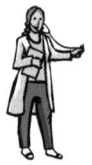

bác sĩ
dokter

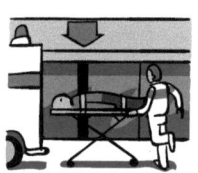

phòng cấp cứu
ruang darurat

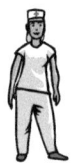

y tá
perawat

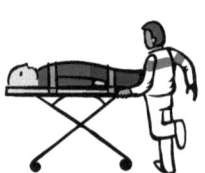

cấp cứu
darurat

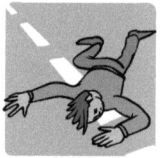

bất tỉnh
semaput

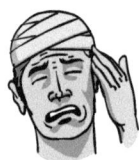

cơn đau
sakit

bị thương
cedera

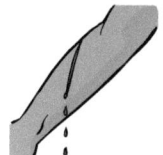

chảy máu
perdarahan

nhồi máu cơ tim
serangan jantung

đột quỵ
stroke

dị ứng
alergi

ho
batuk

sốt
demam

cúm
flu

tiêu chảy
diare

đau đầu
sakit kepala

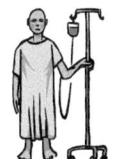

ung thư
kanker

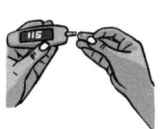

bệnh tiểu đường
diabetes

bác sĩ phẫu thuật
ahli bedah

dao mổ
pisau bedah

giải phẫu
operasi

chụp cắt lớp

CT

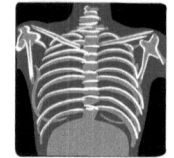

chụp x-quang

sinar x

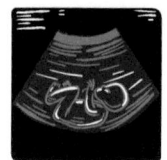

siêu âm

usg

mặt nạ

topeng

bệnh

penyakit

phòng đợi

ruang tunggu

cái nạng

penyokong

băng dán vết thương

plester

băng bó

perban

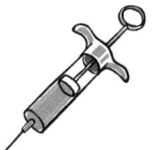

tiêm thuốc

injeksi

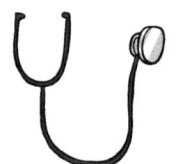

ống nghe khám bệnh

stetoskop

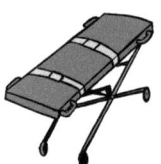

băng ca

usungan

nhiệt kế

termometer klinis

sinh đẻ

kelahiran

thừa cân

kelebihan berat badan

máy trợ thính

alat pendengar

chất khử trùng

desinfektan

nhiễm trùng

infeksi

vi rút

virus

HIV / AIDS

HIV / AIDS

thuốc

obat

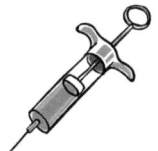

tiêm chủng

vaksinasi

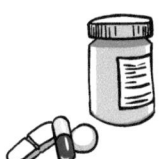

thuốc viên

tablet

viên thuốc

pil

gọi cấp cứu

panggilan darurat

máy đo huyết áp

ukur tekanan darah

bệnh / khỏe mạnh

sakit / sehat

cứu!

Tolong!

báo động

alarm

cuộc đột kích

penyerbuan

sự tấn công

serangan

mối nguy hiểm

bahaya

lối thoát hiểm

pintu darurat

cháy!

Api!

bình chữa cháy

alat pemadam kebakaran

tai nạn

kecelakaan

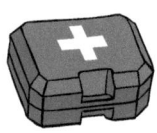

bộ dụng cụ sơ cứu

kit pertolongan pertama

SOS

SOS

cảnh sát

polisi

châu Âu

Eropa

Bắc Mỹ

Amerika Utara

Nam Mỹ

Amerika Selatan

châu Phi

Afrika

châu Á

Asia

châu Úc

Australi

Đại Tây Dương

Atlantik

Thái Bình Dương

Pasifik

Ấn Độ Dương

Samudra India

Nam Cực Dương

Samudra Antartika

Bắc Băng Dương

Samudra Arktik

bắc cực

kutub utara

nam cực

kutub selatan

nam cực

Antarktika

trái đất

bumi

đất liền

tanah

biển

laut

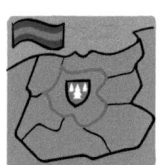

đảo

pulau

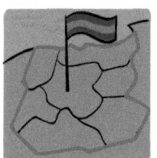

quốc gia

bangsa

nhà nước

negara

mặt đồng hồ

jam wajah

kim chỉ giờ

jarum pendek

kim chỉ phút

jarum menit

kim chỉ giây

jarum detik

Bây giờ là mấy giờ?

Jam berapa?

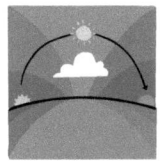

ngày

hari

thời gian

waktu

bây giờ

sekarang

đồng hồ điện tử

jam digital

phút

menit

giờ

jam

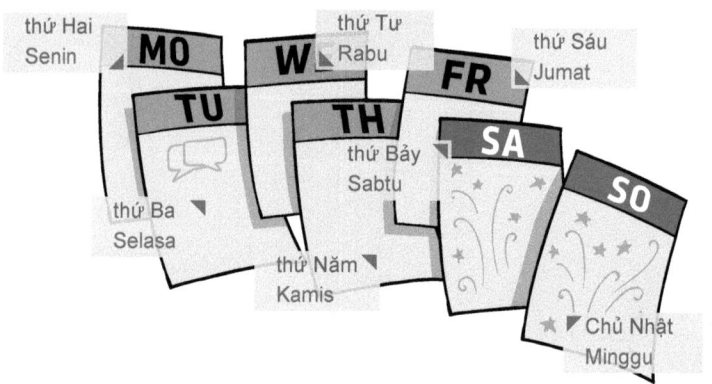

thứ Hai — Senin — MO
thứ Tư — Rabu — W
thứ Sáu — Jumat — FR
thứ Ba — Selasa — TU
thứ Bảy — Sabtu — SA
thứ Năm — Kamis — TH
Chủ Nhật — Minggu — SO

hôm qua
kemaren

hôm nay
hari ini

ngày mai
besok

buổi sáng
pagi

buổi trưa
siang

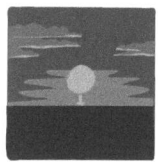

buổi tối
malam

ngày làm việc
hari kerja

cuối tuần
akhir minggu

năm

tahun

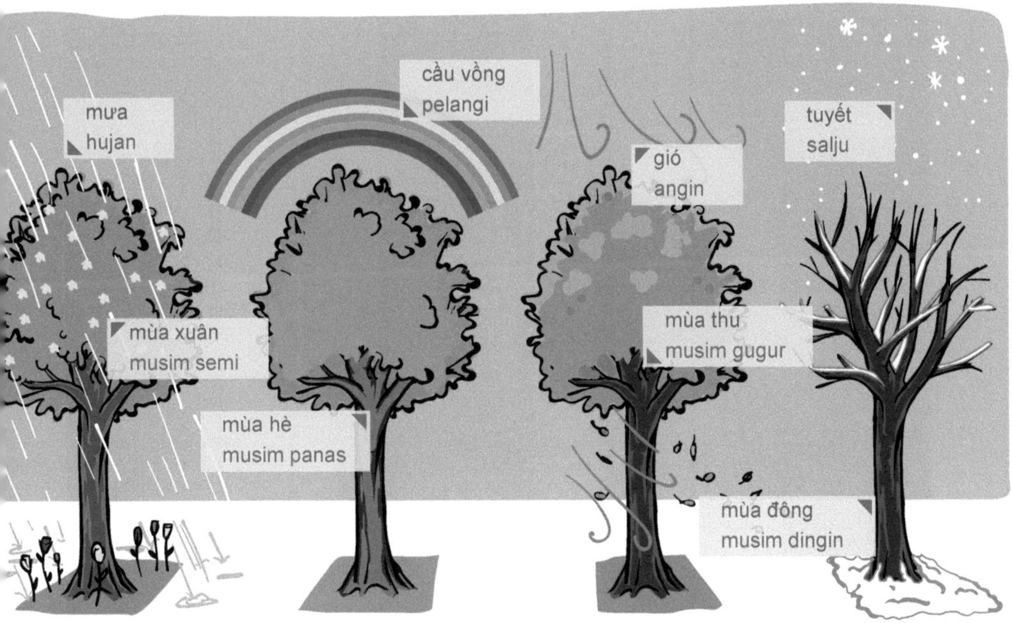

cầu vồng
pelangi
mưa
hujan
gió
angin
tuyết
salju
mùa xuân
musim semi
mùa thu
musim gugur
mùa hè
musim panas
mùa đông
musim dingin

4.APRIL 11°
5.APRIL 4°
6.APRIL 13°
7.APRIL 8°
8.APRIL 10°

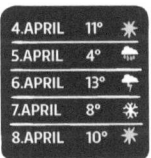

dự báo thời tiết

ramalan cuaca

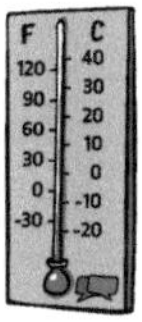

F
C
120
90
60
30
0
-30
40
30
20
10
0
-10
-20

nhiệt kế

termometer

ánh nắng

matahari

mây

awan

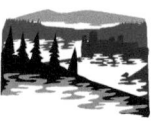

sương mù

kabut

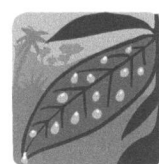

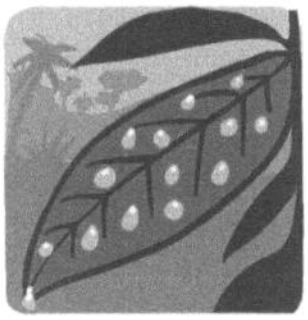

độ ẩm không khí

kelembahan

tia chớp
kilat

sấm sét
guntur

cơn bão
badai

mưa đá
hujan es

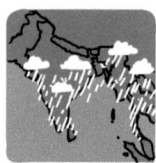

gió mùa
monsun

lũ lụt
banjir

nước đá
es

tháng Một
Januari

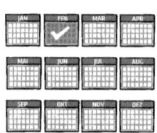

tháng Hai
Februari

tháng Ba
Maret

tháng Tư
April

tháng Năm
Mei

tháng Sáu
Juni

tháng Bảy
Juli

tháng Tám
Agustus

năm - tahun

tháng Chín

September

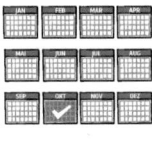

tháng Mười

Oktober

tháng Mười Một

November

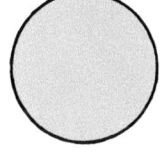

tháng Mười Hai

Desember

hình dạng
bentuk

hình tròn

lingkaran

hình vuông

persegi

hình chữ nhật

persegi panjang

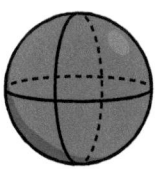

hình tam giác

segi tiga

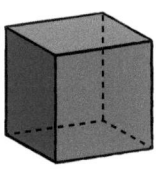

hình cầu

bola

khối vuông

kubus

màu trắng

putih

màu vàng

kuning

màu cam

oranye

màu hồng

pink

màu đỏ

merah

màu tím

ungu

màu xanh dương

biru

màu xanh lá cây

hijau

màu nâu

coklat

màu xám

abu-abu

màu đen

hitam

nhiều / ít

banyak / sedikit

tức tối / điềm tĩnh

marah / tenang

xinh đẹp / xấu xí

cantik / jelek

bắt đầu / kết thúc

mulaih / selesai

to / nhỏ

besar / kecil

sáng / tối

terang / gelap

nh (em) trai / chị (em) gái

audara laki-laki / saudara perempuan

sạch / bẩn

bersih / kotor

đủ / thiếu

lengkap / tidak lengkap

ngày / đêm

hari / malam

chết / sống

mati / hidup

rộng / chật hẹp

luas / sempit

ăn được / không ăn được

dapat dimakan / tidak dapat dimakan

ác / tử tế

jahat / baik

hào hứng / chán nản

bersemangat / bosan

béo / gầy

gemuk / kurus

đầu tiên / cuối cùng

pertama / terakhir

bạn / thù

teman / musuh

đầy / rỗng

penuh / kosong

cứng / mềm

keras / lembut

nặng / nhẹ

berat / enteng

đói / khát

lapar / haus

bệnh / khỏe mạnh

sakit / sehat

bất hợp pháp / hợp pháp

ilegal / legal

thông minh / ngu

cerdas / bodoh

trái / phải

kiri / kanan

gần / xa

dekat / jauh

đối lập - berlawanan

mới / cũ

baru / bekas

không có gì cả / có cái gì đó

tidak ada apapun / sesuatu

già / trẻ

tua / muda

bật / tắc

nyala / mati

mở / đóng

buka / tutup

im lặng / ồn ào

tenang / keras

giàu / nghèo

kaya / miskin

đúng / sai

benar / salah

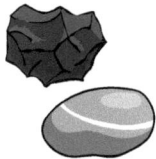

sần sùi / mịn màng

kasar / halus

buồn / vui

sedih / gembira

ngắn / dài

pendek / panjang

chậm / nhanh

pelan-pelan / cepat

ẩm ướt / khô ráo

basah / kering

ấm áp / mát mẻ

hangat / sejuk

chiến tranh / hòa bình

perang / damai

0

số không

nol

1

một

satu

2

hai

dua

3

ba

tiga

4

bốn

empat

5

năm

lima

6

sáu

enam

7

bảy

tujuh

8

tám

delapan

9

chín

sembilan

10

mười

sepuluh

11

mười một

sebelas

12
mười hai
duabelas

13
mười ba
tigabelas

14
mười bốn
empatbelas

15
mười lăm
limabelas

16
mười sáu
enambelas

17
mười bảy
tujuhbelas

18
mười tám
delapanbelas

19
mười chín
sembilanbelas

20
hai mươi
duapuluh

100
một trăm
seratus

1.000
một ngàn
seribu

1.000.000
một triệu
juta

bahasa-bahasa

tiếng Anh

Inggris

tiếng Anh Mỹ

bahasa Inggris Amerika

tiếng Quan Thoại

bahasa Cina Mandarin

tiếng Hin-di

bahasa Hindi

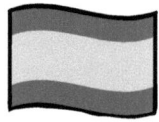

tiếng Tây Ban Nha

bahasa Spanyol

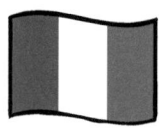

tiếng Pháp

bahasa Perancis

tiếng Ả-rập

bahasa Arab

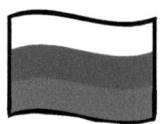

tiếng Nga

bahasa Rusia

tiếng Bồ Đào Nha

bahasa Portugis

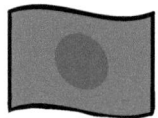

tiếng Bengal

bahasa Bengal

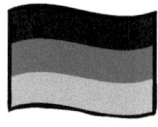

tiếng Đức

bahasa Jerman

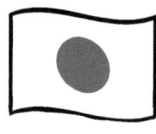

tiếng Nhật

bahasa Jepang

tôi
saya

bạn
kamu

anh ta / cô ta / nó
dia

chúng tôi
kita

các bạn
kalian

họ
mereka

ai?
siapa?

cái gì?
apa?

như thế nào?
begaimana?

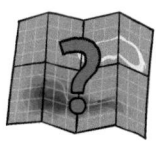

ở đâu?
dimana?

lúc nào?
kapan?

tên
nama

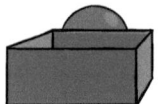

phía sau

dibelakang

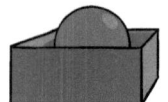

ở trong

di

phía trước

didepan

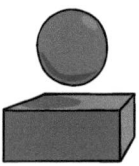

phía trên

diatas

ở trên

diatas

ở dưới

dibawah

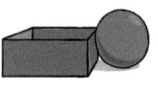

bên cạnh

sebelah

ở giữa

di antara

chỗ

tempat